This Planner Belongs To:

If Found, Please Contact Me At:

2022

January

S	M	T	W	T	F	S
						1
2	3	4	5	6	7	8
9	10	11	12	13	14	15
16	17	18	19	20	21	22
23	24	25	26	27	28	29
30	31					

February

S	M	T	W	T	F	S
		1	2	3	4	5
6	7	8	9	10	11	12
13	14	15	16	17	18	19
20	21	22	23	24	25	26
27	28					

March

S	M	T	W	T	F	S
		1	2	3	4	5
6	7	8	9	10	11	12
13	14	15	16	17	18	19
20	21	22	23	24	25	26
27	28	29	30	31		

April

S	M	T	W	T	F	S
					1	2
3	4	5	6	7	8	9
10	11	12	13	14	15	16
17	18	19	20	21	22	23
24	25	26	27	28	29	30

May

S	M	T	W	T	F	S
1	2	3	4	5	6	7
8	9	10	11	12	13	14
15	16	17	18	19	20	21
22	23	24	25	26	27	28
29	30	31				

June

S	M	T	W	T	F	S
			1	2	3	4
5	6	7	8	9	10	11
12	13	14	15	16	17	18
19	20	21	22	23	24	25
26	27	28	29	30		

July

S	M	T	W	T	F	S
					1	2
3	4	5	6	7	8	9
10	11	12	13	14	15	16
17	18	19	20	21	22	23
24	25	26	27	28	29	30
31						

August

S	M	T	W	T	F	S
	1	2	3	4	5	6
7	8	9	10	11	12	13
14	15	16	17	18	19	20
21	22	23	24	25	26	27
28	29	30	31			

September

S	M	T	W	T	F	S
				1	2	3
4	5	6	7	8	9	10
11	12	13	14	15	16	17
18	19	20	21	22	23	24
25	26	27	28	29	30	

October

S	M	T	W	T	F	S
						1
2	3	4	5	6	7	8
9	10	11	12	13	14	15
16	17	18	19	20	21	22
23	24	25	26	27	28	29
30	31					

November

S	M	T	W	T	F	S
		1	2	3	4	5
6	7	8	9	10	11	12
13	14	15	16	17	18	19
20	21	22	23	24	25	26
27	28	29	30			

December

S	M	T	W	T	F	S
				1	2	3
4	5	6	7	8	9	10
11	12	13	14	15	16	17
18	19	20	21	22	23	24
25	26	27	28	29	30	31

2022 Year Plans and Goals

January	February	March
April	**May**	**June**
July	**August**	**September**
October	**November**	**December**

Goals

- [ ] ______________________
- [ ] ______________________
- [ ] ______________________
- [ ] ______________________
- [ ] ______________________
- [ ] ______________________
- [ ] ______________________
- [ ] ______________________
- [ ] ______________________
- [ ] ______________________

JANUARY

2022

Main Focus

To Do

○ ______
○ ______
○ ______
○ ______
○ ______
○ ______
○ ______
○ ______
○ ______
○ ______
○ ______
○ ______

Sunday	Monday	Tuesday
2	3	4
9	10	11
16	17 Martin Luther King Jr. Day	18
23	24	25
30	31	

Wednesday	Thursday	Friday	Saturday
			1 New Year's Day
5	6	7	8
12	13	14	15
19	20	21	22
26	27	28	29

NOTES

February 2022

Main Focus

To Do

- ○ ____
- ○ ____
- ○ ____
- ○ ____
- ○ ____
- ○ ____
- ○ ____
- ○ ____
- ○ ____
- ○ ____
- ○ ____
- ○ ____

Sunday	Monday	Tuesday
		1
6	7	8
13	14 Valentine's Day	15
20	21 President's Day	22
27	28	

Wednesday	Thursday	Friday	Saturday
2	3	4	5
9	10	11	12
16	17	18	19
23	24	25	26

NOTES

MARCH
2022

Main Focus

To Do

- ○ ______
- ○ ______
- ○ ______
- ○ ______
- ○ ______
- ○ ______
- ○ ______
- ○ ______
- ○ ______
- ○ ______
- ○ ______
- ○ ______

Sunday	Monday	Tuesday
		1
6	7	8
13	14	15
20	21	22
27	28	29

Wednesday	Thursday	Friday	Saturday
2	3	4	5
9	10	11	12
16	17 St. Patrick's Day	18	19
23	24	25	26
30	31		

NOTES

April

2022

Main Focus

To Do

- ○ ____________
- ○ ____________
- ○ ____________
- ○ ____________
- ○ ____________
- ○ ____________
- ○ ____________
- ○ ____________
- ○ ____________
- ○ ____________
- ○ ____________
- ○ ____________

Sunday	Monday	Tuesday
3	4	5
10	11	12
17 Easter Sunday	18	19
24	25	26

Wednesday	Thursday	Friday	Saturday
		1	2
6	7	8	9
13	14	15	16
20	21	22	23
27	28	29	30

NOTES

May 2022

Main Focus

To Do

- ○ ____________
- ○ ____________
- ○ ____________
- ○ ____________
- ○ ____________
- ○ ____________
- ○ ____________
- ○ ____________
- ○ ____________
- ○ ____________
- ○ ____________
- ○ ____________

Sunday	Monday	Tuesday
1	2	3
8 Mother's Day	9	10
15	16	17
22	23	24
29	30 Memorial Day	31

Wednesday	Thursday	Friday	Saturday
4	5	6	7
11	12	13	14
18	19	20	21
25	26	27	28

NOTES

June
2022

Main Focus

To Do

- ○ ____________
- ○ ____________
- ○ ____________
- ○ ____________
- ○ ____________
- ○ ____________
- ○ ____________
- ○ ____________
- ○ ____________
- ○ ____________
- ○ ____________
- ○ ____________

Sunday	Monday	Tuesday
5	6	7
12	13	14
19 Father's Day Juneteenth	20	21
26	27	28

Wednesday	Thursday	Friday	Saturday
1	2	3	4
8	9	10	11
15	16	17	18
22	23	24	25
29	30		

NOTES

JULY

2022

Main Focus

To Do

- ○ ____________
- ○ ____________
- ○ ____________
- ○ ____________
- ○ ____________
- ○ ____________
- ○ ____________
- ○ ____________
- ○ ____________
- ○ ____________
- ○ ____________
- ○ ____________

Sunday	Monday	Tuesday
3	4 Independence Day	5
10	11	12
17	18	19
24	25	26
31		

Wednesday	Thursday	Friday	Saturday
		1	2
6	7	8	9
13	14	15	16
20	21	22	23
27	28	29	30

NOTES

August 2022

Main Focus

To Do

- ○ ______
- ○ ______
- ○ ______
- ○ ______
- ○ ______
- ○ ______
- ○ ______
- ○ ______
- ○ ______
- ○ ______
- ○ ______
- ○ ______

Sunday	Monday	Tuesday
	1	2
7	8	9
14	15	16
21	22	23
28	29	30

Wednesday	Thursday	Friday	Saturday
3	4	5	6
10	11	12	13
17	18	19	20
24	25	26	27
31			

NOTES

SEPTEMBER

2022

Main Focus

To Do

- ○ ____________
- ○ ____________
- ○ ____________
- ○ ____________
- ○ ____________
- ○ ____________
- ○ ____________
- ○ ____________
- ○ ____________
- ○ ____________
- ○ ____________
- ○ ____________

Sunday	Monday	Tuesday
4	5 Labor Day	6
11	12	13
18	19	20
25	26	27

Wednesday	Thursday	Friday	Saturday
	1	2	3
7	8	9	10
14	15	16	17
21	22	23	24
28	29	30	

NOTES

OCTOBER
2022

Main Focus

To Do

○ ____________
○ ____________
○ ____________
○ ____________
○ ____________
○ ____________
○ ____________
○ ____________
○ ____________
○ ____________
○ ____________
○ ____________

Sunday	Monday	Tuesday
2	3	4
9	10 Columbus Day	11
16	17	18
23	24	25
30	31 Halloween	

Wednesday	Thursday	Friday	Saturday
			1
5	6	7	8
12	13	14	15
19	20	21	22
26	27	28	29

NOTES

NOVEMBER

2022

Main Focus

To Do

- ○ ____________
- ○ ____________
- ○ ____________
- ○ ____________
- ○ ____________
- ○ ____________
- ○ ____________
- ○ ____________
- ○ ____________
- ○ ____________
- ○ ____________
- ○ ____________

Sunday	Monday	Tuesday
		1
6	7	8
13	14	15
20	21	22
27	28	29

Wednesday	Thursday	Friday	Saturday
2	3	4	5
9	10	11 Veterans Day	12
16	17	18	19
23	24 Thanksgiving Day	25	26
30			

NOTES

December 2022

Main Focus

To Do

- ○ ____________
- ○ ____________
- ○ ____________
- ○ ____________
- ○ ____________
- ○ ____________
- ○ ____________
- ○ ____________
- ○ ____________
- ○ ____________
- ○ ____________
- ○ ____________

Sunday	Monday	Tuesday
4	5	6
11	12	13
18	19	20
25 Christmas Day	26	27

Wednesday	Thursday	Friday	Saturday
	1	2	3
7	8	9	10
14	15	16	17
21	22	23	24
28	29	30	31 New Year's Eve

Notes

2023

January

S	M	T	W	T	F	S
1	2	3	4	5	6	7
8	9	10	11	12	13	14
15	16	17	18	19	20	21
22	23	24	25	26	27	28
29	30	31				

February

S	M	T	W	T	F	S
			1	2	3	4
5	6	7	8	9	10	11
12	13	14	15	16	17	18
19	20	21	22	23	24	25
26	27	28				

March

S	M	T	W	T	F	S
			1	2	3	4
5	6	7	8	9	10	11
12	13	14	15	16	17	18
19	20	21	22	23	24	25
26	27	28	29	30	31	

April

S	M	T	W	T	F	S
						1
2	3	4	5	6	7	8
9	10	11	12	13	14	15
16	17	18	19	20	21	22
23	24	25	26	27	28	29
30						

May

S	M	T	W	T	F	S
	1	2	3	4	5	6
7	8	9	10	11	12	13
14	15	16	17	18	19	20
21	22	23	24	25	26	27
28	29	30	31			

June

S	M	T	W	T	F	S
				1	2	3
4	5	6	7	8	9	10
11	12	13	14	15	16	17
18	19	20	21	22	23	24
25	26	27	28	29	30	

July

S	M	T	W	T	F	S
						1
2	3	4	5	6	7	8
9	10	11	12	13	14	15
16	17	18	19	20	21	22
23	24	25	26	27	28	29
30	31					

August

S	M	T	W	T	F	S
		1	2	3	4	5
6	7	8	9	10	11	12
13	14	15	16	17	18	19
20	21	22	23	24	25	26
27	28	29	30	31		

September

S	M	T	W	T	F	S
					1	2
3	4	5	6	7	8	9
10	11	12	13	14	15	16
17	18	19	20	21	22	23
24	25	26	27	28	29	30

October

S	M	T	W	T	F	S
1	2	3	4	5	6	7
8	9	10	11	12	13	14
15	16	17	18	19	20	21
22	23	24	25	26	27	28
29	30	31				

November

S	M	T	W	T	F	S
			1	2	3	4
5	6	7	8	9	10	11
12	13	14	15	16	17	18
19	20	21	22	23	24	25
26	27	28	29	30		

December

S	M	T	W	T	F	S
					1	2
3	4	5	6	7	8	9
10	11	12	13	14	15	16
17	18	19	20	21	22	23
24	25	26	27	28	29	30
31						

2023 Year Plans and Goals

January	February	March
April	May	June
July	August	September
October	November	December

Goals

- [ ] ______________________
- [ ] ______________________
- [ ] ______________________
- [ ] ______________________
- [ ] ______________________
- [ ] ______________________
- [ ] ______________________
- [ ] ______________________
- [ ] ______________________
- [ ] ______________________

January
2023

Main Focus

To Do

○ ______
○ ______
○ ______
○ ______
○ ______
○ ______
○ ______
○ ______
○ ______
○ ______
○ ______
○ ______

Sunday	Monday	Tuesday
1 New Year's Day	2	3
8	9	10
15	16 Martin Luther King Jr. Day	17
22	23	24
29	30	31

Wednesday	Thursday	Friday	Saturday
4	5	6	7
11	12	13	14
18	19	20	21
25	26	27	28

NOTES

FEBRUARY

2023

Main Focus

To Do

- ○ ____________
- ○ ____________
- ○ ____________
- ○ ____________
- ○ ____________
- ○ ____________
- ○ ____________
- ○ ____________
- ○ ____________
- ○ ____________
- ○ ____________
- ○ ____________

Sunday	Monday	Tuesday
5	6	7
12	13	14 Valentine's Day
19	20 President's Day	21
26	27	28

Wednesday	Thursday	Friday	Saturday
1	2	3	4
8	9	10	11
15	16	17	18
22	23	24	25

Notes

MARCH

2023

Main Focus

To Do

- ○ ____________
- ○ ____________
- ○ ____________
- ○ ____________
- ○ ____________
- ○ ____________
- ○ ____________
- ○ ____________
- ○ ____________
- ○ ____________
- ○ ____________
- ○ ____________

Sunday	Monday	Tuesday
5	6	7
12	13	14
19	20	21
26	27	28

Wednesday	Thursday	Friday	Saturday
1	2	3	4
8	9	10	11
15	16	17 St. Patrick's Day	18
22	23	24	25
29	30	31	

NOTES

APRIL
2023

Main Focus

To Do

- ○ ____________
- ○ ____________
- ○ ____________
- ○ ____________
- ○ ____________
- ○ ____________
- ○ ____________
- ○ ____________
- ○ ____________
- ○ ____________
- ○ ____________
- ○ ____________

Sunday	Monday	Tuesday
2	3	4
9 Easter Sunday	10	11
16	17	18
23	24	25
30		

Wednesday	Thursday	Friday	Saturday
			1
5	6	7	8
12	13	14	15
19	20	21	22
26	27	28	29

NOTES

MAY
2023

Main Focus

To Do

○ ____________
○ ____________
○ ____________
○ ____________
○ ____________
○ ____________
○ ____________
○ ____________
○ ____________
○ ____________
○ ____________
○ ____________

Sunday	Monday	Tuesday
	1	2
7	8	9
14 Mother's Day	15	16
21	22	23
28	29 Memorial Day	30

Wednesday	Thursday	Friday	Saturday
3	4	5	6
10	11	12	13
17	18	19	20
24	25	26	27
31			

NOTES

June

2023

Main Focus

To Do

○ ______
○ ______
○ ______
○ ______
○ ______
○ ______
○ ______
○ ______
○ ______
○ ______
○ ______
○ ______

Sunday	Monday	Tuesday
4	5	6
11	12	13
18 Father's Day	19 Juneteenth	20
25	26	27

Wednesday	Thursday	Friday	Saturday
	1	2	3
7	8	9	10
14	15	16	17
21	22	23	24
28	29	30	

NOTES

July
2023

Main Focus

To Do

- ○ ____________
- ○ ____________
- ○ ____________
- ○ ____________
- ○ ____________
- ○ ____________
- ○ ____________
- ○ ____________
- ○ ____________
- ○ ____________
- ○ ____________
- ○ ____________

Sunday	Monday	Tuesday
2	3	4 Independence Day
9	10	11
16	17	18
23	24	25
30	31	

Wednesday	Thursday	Friday	Saturday
			1
5	6	7	8
12	13	14	15
19	20	21	22
26	27	28	29

NOTES

August 2023

Main Focus

To Do

- ○ ____________
- ○ ____________
- ○ ____________
- ○ ____________
- ○ ____________
- ○ ____________
- ○ ____________
- ○ ____________
- ○ ____________
- ○ ____________
- ○ ____________
- ○ ____________

Sunday	Monday	Tuesday
		1
6	7	8
13	14	15
20	21	22
27	28	29

Wednesday	Thursday	Friday	Saturday
2	3	4	5
9	10	11	12
16	17	18	19
23	24	25	26
30	31		

NOTES

SEPTEMBER

2023

Main Focus

To Do

○ ____________

○ ____________

○ ____________

○ ____________

○ ____________

○ ____________

○ ____________

○ ____________

○ ____________

○ ____________

○ ____________

○ ____________

Sunday	Monday	Tuesday
3	4 Labor Day	5
10	11	12
17	18	19
24	25	26

Wednesday	Thursday	Friday	Saturday
		1	2
6	7	8	9
13	14	15	16
20	21	22	23
27	28	29	30

NOTES

October
2023

Main Focus

To Do

- ○ ______
- ○ ______
- ○ ______
- ○ ______
- ○ ______
- ○ ______
- ○ ______
- ○ ______
- ○ ______
- ○ ______
- ○ ______
- ○ ______

Sunday	Monday	Tuesday
1	2	3
8	9 Columbus Day	10
15	16	17
22	23	24
29	30	31 Halloween

Wednesday	Thursday	Friday	Saturday
4	5	6	7
11	12	13	14
18	19	20	21
25	26	27	28

NOTES

NOVEMBER

2023

Main Focus

To Do

- ○ ____________
- ○ ____________
- ○ ____________
- ○ ____________
- ○ ____________
- ○ ____________
- ○ ____________
- ○ ____________
- ○ ____________
- ○ ____________
- ○ ____________
- ○ ____________

Sunday	Monday	Tuesday
5	6	7
12	13	14
19	20	21
26	27	28

Wednesday	Thursday	Friday	Saturday
1	2	3	4
8	9	10	11 Veterans Day
15	16	17	18
22	23 Thanksgiving Day	24	25
29	30		

NOTES

December 2023

Main Focus

To Do

- ○ ______
- ○ ______
- ○ ______
- ○ ______
- ○ ______
- ○ ______
- ○ ______
- ○ ______
- ○ ______
- ○ ______
- ○ ______
- ○ ______

Sunday	Monday	Tuesday
3	4	5
10	11	12
17	18	19
24	25 Christmas Day	26
31 New Year's Eve		

Wednesday	Thursday	Friday	Saturday
		1	2
6	7	8	9
13	14	15	16
20	21	22	23
27	28	29	30

NOTES

2024

January

S	M	T	W	T	F	S
	1	2	3	4	5	6
7	8	9	10	11	12	13
14	15	16	17	18	19	20
21	22	23	24	25	26	27
28	29	30	31			

February

S	M	T	W	T	F	S
				1	2	3
4	5	6	7	8	9	10
11	12	13	14	15	16	17
18	19	20	21	22	23	24
25	26	27	28	29		

March

S	M	T	W	T	F	S
					1	2
3	4	5	6	7	8	9
10	11	12	13	14	15	16
17	18	19	20	21	22	23
24	25	26	27	28	29	30
31						

April

S	M	T	W	T	F	S
	1	2	3	4	5	6
7	8	9	10	11	12	13
14	15	16	17	18	19	20
21	22	23	24	25	26	27
28	29	30				

May

S	M	T	W	T	F	S
			1	2	3	4
5	6	7	8	9	10	11
12	13	14	15	16	17	18
19	20	21	22	23	24	25
26	27	28	29	30	31	

June

S	M	T	W	T	F	S
						1
2	3	4	5	6	7	8
9	10	11	12	13	14	15
16	17	18	19	20	21	22
23	24	25	26	27	28	29
30						

July

S	M	T	W	T	F	S
	1	2	3	4	5	6
7	8	9	10	11	12	13
14	15	16	17	18	19	20
21	22	23	24	25	26	27
28	29	30	31			

August

S	M	T	W	T	F	S
				1	2	3
4	5	6	7	8	9	10
11	12	13	14	15	16	17
18	19	20	21	22	23	24
25	26	27	28	29	30	31

September

S	M	T	W	T	F	S
1	2	3	4	5	6	7
8	9	10	11	12	13	14
15	16	17	18	19	20	21
22	23	24	25	26	27	28
29	30					

October

S	M	T	W	T	F	S
		1	2	3	4	5
6	7	8	9	10	11	12
13	14	15	16	17	18	19
20	21	22	23	24	25	26
27	28	29	30	31		

November

S	M	T	W	T	F	S
					1	2
3	4	5	6	7	8	9
10	11	12	13	14	15	16
17	18	19	20	21	22	23
24	25	26	27	28	29	30

December

S	M	T	W	T	F	S
1	2	3	4	5	6	7
8	9	10	11	12	13	14
15	16	17	18	19	20	21
22	23	24	25	26	27	28
29	30	31				

2024 Year Plans and Goals

January	February	March
April	May	June
July	August	September
October	November	December

Goals

- ☐ ____________________
- ☐ ____________________
- ☐ ____________________
- ☐ ____________________
- ☐ ____________________
- ☐ ____________________
- ☐ ____________________
- ☐ ____________________
- ☐ ____________________
- ☐ ____________________

January 2024

Main Focus

To Do

○ ______
○ ______
○ ______
○ ______
○ ______
○ ______
○ ______
○ ______
○ ______
○ ______
○ ______
○ ______

Sunday	Monday	Tuesday
	1 New Year's Day	2
7	8	9
14	15 Martin Luther King Jr. Day	16
21	22	23
28	29	30

Wednesday	Thursday	Friday	Saturday
3	4	5	6
10	11	12	13
17	18	19	20
24	25	26	27
31			

NOTES

FEBRUARY 2024

Main Focus

To Do

○ ______
○ ______
○ ______
○ ______
○ ______
○ ______
○ ______
○ ______
○ ______
○ ______
○ ______
○ ______

Sunday	Monday	Tuesday
4	5	6
11	12	13
18	19 President's Day	20
25	26	27

Wednesday	Thursday	Friday	Saturday
	1	2	3
7	8	9	10
14 Valentine's Day	15	16	17
21	22	23	24
28	29		

NOTES

March

2024

Main Focus

To Do

○ ____________
○ ____________
○ ____________
○ ____________
○ ____________
○ ____________
○ ____________
○ ____________
○ ____________
○ ____________
○ ____________
○ ____________

Sunday	Monday	Tuesday
3	4	5
10	11	12
17 St. Patrick's Day	18	19
24	25	26
31 Easter Sunday		

Wednesday	Thursday	Friday	Saturday
		1	2
6	7	8	9
13	14	15	16
20	21	22	23
27	28	29	30

NOTES

April

2024

Main Focus

To Do

○ ____________
○ ____________
○ ____________
○ ____________
○ ____________
○ ____________
○ ____________
○ ____________
○ ____________
○ ____________
○ ____________
○ ____________

Sunday	Monday	Tuesday
	1	2
7	8	9
14	15	16
21	22	23
28	29	30

Wednesday	Thursday	Friday	Saturday
3	4	5	6
10	11	12	13
17	18	19	20
24	25	26	27

NOTES

MAY
2024

Main Focus

To Do

- ○ ____________
- ○ ____________
- ○ ____________
- ○ ____________
- ○ ____________
- ○ ____________
- ○ ____________
- ○ ____________
- ○ ____________
- ○ ____________
- ○ ____________
- ○ ____________

Sunday	Monday	Tuesday
5	6	7
12 Mother's Day	13	14
19	20	21
26	27 Memorial Day	28

Wednesday	Thursday	Friday	Saturday
1	2	3	4
8	9	10	11
15	16	17	18
22	23	24	25
29	30	31	

Notes

June

2024

Main Focus

To Do

○ ____________

○ ____________

○ ____________

○ ____________

○ ____________

○ ____________

○ ____________

○ ____________

○ ____________

○ ____________

○ ____________

○ ____________

Sunday	Monday	Tuesday
2	3	4
9	10	11
16 Father's Day	17	18
23	24	25
30		

Wednesday	Thursday	Friday	Saturday
			1
5	6	7	8
12	13	14	15
19 Juneteenth	20	21	22
26	27	28	29

NOTES

July

2024

Main Focus

To Do

○ ____________
○ ____________
○ ____________
○ ____________
○ ____________
○ ____________
○ ____________
○ ____________
○ ____________
○ ____________
○ ____________
○ ____________

Sunday	Monday	Tuesday
	1	2
7	8	9
14	15	16
21	22	23
28	29	30

Wednesday	Thursday	Friday	Saturday
3	4 Independence Day	5	6
10	11	12	13
17	18	19	20
24	25	26	27
31			

NOTES

August
2024

Main Focus

To Do

- ○ ____________
- ○ ____________
- ○ ____________
- ○ ____________
- ○ ____________
- ○ ____________
- ○ ____________
- ○ ____________
- ○ ____________
- ○ ____________
- ○ ____________
- ○ ____________

Sunday	Monday	Tuesday
4	5	6
11	12	13
18	19	20
25	26	27

Wednesday	Thursday	Friday	Saturday
	1	2	3
7	8	9	10
14	15	16	17
21	22	23	24
28	29	30	31

NOTES

September 2024

Main Focus

To Do

- ○ ____________
- ○ ____________
- ○ ____________
- ○ ____________
- ○ ____________
- ○ ____________
- ○ ____________
- ○ ____________
- ○ ____________
- ○ ____________
- ○ ____________
- ○ ____________

Sunday	Monday	Tuesday
1	2 Labor Day	3
8	9	10
15	16	17
22	23	24
29	30	

Wednesday	Thursday	Friday	Saturday
4	5	6	7
11	12	13	14
18	19	20	21
25	26	27	28

NOTES

October

2024

Main Focus

To Do

○ ____________

○ ____________

○ ____________

○ ____________

○ ____________

○ ____________

○ ____________

○ ____________

○ ____________

○ ____________

○ ____________

○ ____________

Sunday	Monday	Tuesday
		1
6	7	8
13	14 Columbus Day	15
20	21	22
27	28	29

Wednesday	Thursday	Friday	Saturday
2	3	4	5
9	10	11	12
16	17	18	19
23	24	25	26
30	31 Halloween		

NOTES

November
2024

Main Focus

To Do

- ○ ____________
- ○ ____________
- ○ ____________
- ○ ____________
- ○ ____________
- ○ ____________
- ○ ____________
- ○ ____________
- ○ ____________
- ○ ____________
- ○ ____________
- ○ ____________

Sunday	Monday	Tuesday
3	4	5
10	11 Veterans Day	12
17	18	19
24	25	26

Wednesday	Thursday	Friday	Saturday
		1	2
6	7	8	9
13	14	15	16
20	21	22	23
27	28 Thanksgiving Day	29	30

NOTES

December

2024

Main Focus

To Do

○ ____________

○ ____________

○ ____________

○ ____________

○ ____________

○ ____________

○ ____________

○ ____________

○ ____________

○ ____________

○ ____________

○ ____________

Sunday	Monday	Tuesday
1	2	3
8	9	10
15	16	17
22	23	24
29	30	31 New Year's Eve

Wednesday	Thursday	Friday	Saturday
4	5	6	7
11	12	13	14
18	19	20	21
25 Christmas Day	26	27	28

NOTES

2025

January

S	M	T	W	T	F	S
			1	2	3	4
5	6	7	8	9	10	11
12	13	14	15	16	17	18
19	20	21	22	23	24	25
26	27	28	29	30	31	

February

S	M	T	W	T	F	S
						1
2	3	4	5	6	7	8
9	10	11	12	13	14	15
16	17	18	19	20	21	22
23	24	25	26	27	28	

March

S	M	T	W	T	F	S
						1
2	3	4	5	6	7	8
9	10	11	12	13	14	15
16	17	18	19	20	21	22
23	24	25	26	27	28	29
30	31					

April

S	M	T	W	T	F	S
		1	2	3	4	5
6	7	8	9	10	11	12
13	14	15	16	17	18	19
20	21	22	23	24	25	26
27	28	29	30			

May

S	M	T	W	T	F	S
				1	2	3
4	5	6	7	8	9	10
11	12	13	14	15	16	17
18	19	20	21	22	23	24
25	26	27	28	29	30	31

June

S	M	T	W	T	F	S
1	2	3	4	5	6	7
8	9	10	11	12	13	14
15	16	17	18	19	20	21
22	23	24	25	26	27	28
29	30					

July

S	M	T	W	T	F	S
		1	2	3	4	5
6	7	8	9	10	11	12
13	14	15	16	17	18	19
20	21	22	23	24	25	26
27	28	29	30	31		

August

S	M	T	W	T	F	S
					1	2
3	4	5	6	7	8	9
10	11	12	13	14	15	16
17	18	19	20	21	22	23
24	25	26	27	28	29	30
31						

September

S	M	T	W	T	F	S
	1	2	3	4	5	6
7	8	9	10	11	12	13
14	15	16	17	18	19	20
21	22	23	24	25	26	27
28	29	30				

October

S	M	T	W	T	F	S
			1	2	3	4
5	6	7	8	9	10	11
12	13	14	15	16	17	18
19	20	21	22	23	24	25
26	27	28	29	30	31	

November

S	M	T	W	T	F	S
						1
2	3	4	5	6	7	8
9	10	11	12	13	14	15
16	17	18	19	20	21	22
23	24	25	26	27	28	29
30						

December

S	M	T	W	T	F	S
	1	2	3	4	5	6
7	8	9	10	11	12	13
14	15	16	17	18	19	20
21	22	23	24	25	26	27
28	29	30	31			

2025 Year Plans and Goals

January	February	March
April	May	June
July	August	September
October	November	December

Goals

- [ ] ______________________
- [ ] ______________________
- [ ] ______________________
- [ ] ______________________
- [ ] ______________________
- [ ] ______________________
- [ ] ______________________
- [ ] ______________________
- [ ] ______________________
- [ ] ______________________

January
2025

Main Focus

To Do

- ○ ______
- ○ ______
- ○ ______
- ○ ______
- ○ ______
- ○ ______
- ○ ______
- ○ ______
- ○ ______
- ○ ______
- ○ ______
- ○ ______

Sunday	Monday	Tuesday
5	6	7
12	13	14
19	20 Martin Luther King Jr. Day	21
26	27	28

Wednesday	Thursday	Friday	Saturday
1 New Year's Day	2	3	4
8	9	10	11
15	16	17	18
22	23	24	25
29	30	31	

NOTES

FEBRUARY

2025

Main Focus

To Do

- ○ ____________
- ○ ____________
- ○ ____________
- ○ ____________
- ○ ____________
- ○ ____________
- ○ ____________
- ○ ____________
- ○ ____________
- ○ ____________
- ○ ____________
- ○ ____________

Sunday	Monday	Tuesday
2	3	4
9	10	11
16	17 President's Day	18
23	24	25

Wednesday	Thursday	Friday	Saturday
			1
5	6	7	8
12	13	14 Valentine's Day	15
19	20	21	22
26	27	28	

NOTES

March

2025

Main Focus

To Do

- ○ ____________
- ○ ____________
- ○ ____________
- ○ ____________
- ○ ____________
- ○ ____________
- ○ ____________
- ○ ____________
- ○ ____________
- ○ ____________
- ○ ____________
- ○ ____________

Sunday	Monday	Tuesday
2	3	4
9	10	11
16	17 St. Patrick's Day	18
23	24	25
30	31	

Wednesday	Thursday	Friday	Saturday
			1
5	6	7	8
12	13	14	15
19	20	21	22
26	27	28	29

NOTES

APRIL

2025

Main Focus

To Do

○ ____________
○ ____________
○ ____________
○ ____________
○ ____________
○ ____________
○ ____________
○ ____________
○ ____________
○ ____________
○ ____________
○ ____________

Sunday	Monday	Tuesday
		1
6	7	8
13	14	15
20 Easter Sunday	21	22
27	28	29

Wednesday	Thursday	Friday	Saturday
2	3	4	5
9	10	11	12
16	17	18	19
23	24	25	26
30			

NOTES

May

2025

Main Focus

To Do

○ ____________
○ ____________
○ ____________
○ ____________
○ ____________
○ ____________
○ ____________
○ ____________
○ ____________
○ ____________
○ ____________
○ ____________

Sunday	Monday	Tuesday
4	5	6
11 Mother's Day	12	13
18	19	20
25	26 Memorial Day	27

Wednesday	Thursday	Friday	Saturday
	1	2	3
7	8	9	10
14	15	16	17
21	22	23	24
28	29	30	31

NOTES

June

2025

Main Focus

To Do

- ○ ____________
- ○ ____________
- ○ ____________
- ○ ____________
- ○ ____________
- ○ ____________
- ○ ____________
- ○ ____________
- ○ ____________
- ○ ____________
- ○ ____________
- ○ ____________

Sunday	Monday	Tuesday
1	2	3
8	9	10
15 Father's Day	16	17
22	23	24
29	30	

Wednesday	Thursday	Friday	Saturday
4	5	6	7
11	12	13	14
18	19 Juneteenth	20	21
25	26	27	28

Notes

July 2025

Main Focus

To Do

- ○ ____________
- ○ ____________
- ○ ____________
- ○ ____________
- ○ ____________
- ○ ____________
- ○ ____________
- ○ ____________
- ○ ____________
- ○ ____________
- ○ ____________
- ○ ____________

Sunday	Monday	Tuesday
		1
6	7	8
13	14	15
20	21	22
27	28	29

Wednesday	Thursday	Friday	Saturday
2	3	4 Independence Day	5
9	10	11	12
16	17	18	19
23	24	25	26
30	31		

NOTES

August

2025

Main Focus

To Do

○ ____________
○ ____________
○ ____________
○ ____________
○ ____________
○ ____________
○ ____________
○ ____________
○ ____________
○ ____________
○ ____________
○ ____________

Sunday	Monday	Tuesday
3	4	5
10	11	12
17	18	19
24	25	26
31		

Wednesday	Thursday	Friday	Saturday
		1	2
6	7	8	9
13	14	15	16
20	21	22	23
27	28	29	30

NOTES

September 2025

Main Focus

To Do

- ○ ____________
- ○ ____________
- ○ ____________
- ○ ____________
- ○ ____________
- ○ ____________
- ○ ____________
- ○ ____________
- ○ ____________
- ○ ____________
- ○ ____________
- ○ ____________

Sunday	Monday	Tuesday
	1 Labor Day	2
7	8	9
14	15	16
21	22	23
28	29	30

Wednesday	Thursday	Friday	Saturday
3	4	5	6
10	11	12	13
17	18	19	20
24	25	26	27

NOTES

October 2025

Main Focus

To Do

- ○ ____________
- ○ ____________
- ○ ____________
- ○ ____________
- ○ ____________
- ○ ____________
- ○ ____________
- ○ ____________
- ○ ____________
- ○ ____________
- ○ ____________
- ○ ____________

Sunday	Monday	Tuesday
5	6	7
12	13 Columbus Day	14
19	20	21
26	27	28

Wednesday	Thursday	Friday	Saturday
1	2	3	4
8	9	10	11
15	16	17	18
22	23	24	25
29	30	31 Halloween	

Notes

November 2025

Main Focus

To Do

- ○ ____________
- ○ ____________
- ○ ____________
- ○ ____________
- ○ ____________
- ○ ____________
- ○ ____________
- ○ ____________
- ○ ____________
- ○ ____________
- ○ ____________
- ○ ____________

Sunday	Monday	Tuesday
2	3	4
9	10	11 Veterans Day
16	17	18
23	24	25
30		

Wednesday	Thursday	Friday	Saturday
			1
5	6	7	8
12	13	14	15
19	20	21	22
26	27 Thanksgiving Day	28	29

NOTES

December

2025

Main Focus

To Do

○ ____________
○ ____________
○ ____________
○ ____________
○ ____________
○ ____________
○ ____________
○ ____________
○ ____________
○ ____________
○ ____________
○ ____________

Sunday	Monday	Tuesday
	1	2
7	8	9
14	15	16
21	22	23
28	29	30

Wednesday	Thursday	Friday	Saturday
3	4	5	6
10	11	12	13
17	18	19	20
24	25 Christmas Day	26	27
31 New Year's Eve			

NOTES

2026

January

S	M	T	W	T	F	S
				1	2	3
4	5	6	7	8	9	10
11	12	13	14	15	16	17
18	19	20	21	22	23	24
25	26	27	28	29	30	31

February

S	M	T	W	T	F	S
1	2	3	4	5	6	7
8	9	10	11	12	13	14
15	16	17	18	19	20	21
22	23	24	25	26	27	28

March

S	M	T	W	T	F	S
1	2	3	4	5	6	7
8	9	10	11	12	13	14
15	16	17	18	19	20	21
22	23	24	25	26	27	28
29	30	31				

April

S	M	T	W	T	F	S
			1	2	3	4
5	6	7	8	9	10	11
12	13	14	15	16	17	18
19	20	21	22	23	24	25
26	27	28	29	30		

May

S	M	T	W	T	F	S
					1	2
3	4	5	6	7	8	9
10	11	12	13	14	15	16
17	18	19	20	21	22	23
24	25	26	27	28	29	30
31						

June

S	M	T	W	T	F	S
	1	2	3	4	5	6
7	8	9	10	11	12	13
14	15	16	17	18	19	20
21	22	23	24	25	26	27
28	29	30				

July

S	M	T	W	T	F	S
			1	2	3	4
5	6	7	8	9	10	11
12	13	14	15	16	17	18
19	20	21	22	23	24	25
26	27	28	29	30	31	

August

S	M	T	W	T	F	S
						1
2	3	4	5	6	7	8
9	10	11	12	13	14	15
16	17	18	19	20	21	22
23	24	25	26	27	28	29
30	31					

September

S	M	T	W	T	F	S
		1	2	3	4	5
6	7	8	9	10	11	12
13	14	15	16	17	18	19
20	21	22	23	24	25	26
27	28	29	30			

October

S	M	T	W	T	F	S
				1	2	3
4	5	6	7	8	9	10
11	12	13	14	15	16	17
18	19	20	21	22	23	24
25	26	27	28	29	30	31

November

S	M	T	W	T	F	S
1	2	3	4	5	6	7
8	9	10	11	12	13	14
15	16	17	18	19	20	21
22	23	24	25	26	27	28
29	30					

December

S	M	T	W	T	F	S
		1	2	3	4	5
6	7	8	9	10	11	12
13	14	15	16	17	18	19
20	21	22	23	24	25	26
27	28	29	30	31		

2026 Year Plans and Goals

January	February	March
April	May	June
July	August	September
October	November	December

Goals

- [ ] ____________________
- [ ] ____________________
- [ ] ____________________
- [ ] ____________________
- [ ] ____________________
- [ ] ____________________
- [ ] ____________________
- [ ] ____________________
- [ ] ____________________
- [ ] ____________________

January 2026

Main Focus

To Do

- ○ ____________
- ○ ____________
- ○ ____________
- ○ ____________
- ○ ____________
- ○ ____________
- ○ ____________
- ○ ____________
- ○ ____________
- ○ ____________
- ○ ____________
- ○ ____________

Sunday	Monday	Tuesday
4	5	6
11	12	13
18	19 Martin Luther King Jr. Day	20
25	26	27

Wednesday	Thursday	Friday	Saturday
	1 New Year's Day	2	3
7	8	9	10
14	15	16	17
21	22	23	24
28	29	30	31

NOTES

FEBRUARY

2026

Main Focus

To Do

- ○ ____________
- ○ ____________
- ○ ____________
- ○ ____________
- ○ ____________
- ○ ____________
- ○ ____________
- ○ ____________
- ○ ____________
- ○ ____________
- ○ ____________
- ○ ____________

Sunday	Monday	Tuesday
1	2	3
8	9	10
15	16 President's Day	17
22	23	24

Wednesday	Thursday	Friday	Saturday
4	5	6	7
11	12	13	14 Valentine's Day
18	19	20	21
25	26	27	28

NOTES

MARCH
2026

Main Focus

To Do

- ○ ____________
- ○ ____________
- ○ ____________
- ○ ____________
- ○ ____________
- ○ ____________
- ○ ____________
- ○ ____________
- ○ ____________
- ○ ____________
- ○ ____________
- ○ ____________

Sunday	Monday	Tuesday
1	2	3
8	9	10
15	16	17 St. Patrick's Day
22	23	24
29	30	31

Wednesday	Thursday	Friday	Saturday
4	5	6	7
11	12	13	14
18	19	20	21
25	26	27	28

NOTES

April 2026

Main Focus

To Do

- ○ ____________
- ○ ____________
- ○ ____________
- ○ ____________
- ○ ____________
- ○ ____________
- ○ ____________
- ○ ____________
- ○ ____________
- ○ ____________
- ○ ____________
- ○ ____________

Sunday	Monday	Tuesday
5 Easter Sunday	6	7
12	13	14
19	20	21
26	27	28

Wednesday	Thursday	Friday	Saturday
1	2	3	4
8	9	10	11
15	16	17	18
22	23	24	25
29	30		

NOTES

May
2026

Main Focus

To Do

- ○ ____________
- ○ ____________
- ○ ____________
- ○ ____________
- ○ ____________
- ○ ____________
- ○ ____________
- ○ ____________
- ○ ____________
- ○ ____________
- ○ ____________
- ○ ____________

Sunday	Monday	Tuesday
3	4	5
10 Mother's Day	11	12
17	18	19
24	25 Memorial Day	26
31		

Wednesday	Thursday	Friday	Saturday
		1	2
6	7	8	9
13	14	15	16
20	21	22	23
27	28	29	30

NOTES

June
2026

Main Focus

To Do

○ ____________
○ ____________
○ ____________
○ ____________
○ ____________
○ ____________
○ ____________
○ ____________
○ ____________
○ ____________
○ ____________
○ ____________

Sunday	Monday	Tuesday
	1	2
7	8	9
14	15	16
21 Father's Day	22	23
28	29	30

Wednesday	Thursday	Friday	Saturday
3	4	5	6
10	11	12	13
17	18	19 Juneteenth	20
24	25	26	27

NOTES

July
2026

Main Focus

To Do

- ○ ____________
- ○ ____________
- ○ ____________
- ○ ____________
- ○ ____________
- ○ ____________
- ○ ____________
- ○ ____________
- ○ ____________
- ○ ____________
- ○ ____________
- ○ ____________

Sunday	Monday	Tuesday
5	6	7
12	13	14
19	20	21
26	27	28

Wednesday	Thursday	Friday	Saturday
1	2	3	4 Independence Day
8	9	10	11
15	16	17	18
22	23	24	25
29	30	31	

NOTES

August
2026

Main Focus

To Do

- ○ ____________
- ○ ____________
- ○ ____________
- ○ ____________
- ○ ____________
- ○ ____________
- ○ ____________
- ○ ____________
- ○ ____________
- ○ ____________
- ○ ____________
- ○ ____________

Sunday	Monday	Tuesday
2	3	4
9	10	11
16	17	18
23	24	25
30	31	

Wednesday	Thursday	Friday	Saturday
			1
5	6	7	8
12	13	14	15
19	20	21	22
26	27	28	29

NOTES

SEPTEMBER

2026

Main Focus

To Do

○ ____________
○ ____________
○ ____________
○ ____________
○ ____________
○ ____________
○ ____________
○ ____________
○ ____________
○ ____________
○ ____________
○ ____________

Sunday	Monday	Tuesday
		1
6	7 Labor Day	8
13	14	15
20	21	22
27	28	29

Wednesday	Thursday	Friday	Saturday
2	3	4	5
9	10	11	12
16	17	18	19
23	24	25	26
30			

NOTES

October

2026

Main Focus

To Do

- ○ ____________
- ○ ____________
- ○ ____________
- ○ ____________
- ○ ____________
- ○ ____________
- ○ ____________
- ○ ____________
- ○ ____________
- ○ ____________
- ○ ____________
- ○ ____________

Sunday	Monday	Tuesday
4	5	6
11	12 Columbus Day	13
18	19	20
25	26	27

Wednesday	Thursday	Friday	Saturday
	1	2	3
7	8	9	10
14	15	16	17
21	22	23	24
28	29	30	31 Halloween

NOTES

NOVEMBER

2026

Main Focus

To Do

○ ____________
○ ____________
○ ____________
○ ____________
○ ____________
○ ____________
○ ____________
○ ____________
○ ____________
○ ____________
○ ____________
○ ____________

Sunday	Monday	Tuesday
1	2	3
8	9	10
15	16	17
22	23	24
29	30	

Wednesday	Thursday	Friday	Saturday
4	5	6	7
11 Veterans Day	12	13	14
18	19	20	21
25	26 Thanksgiving Day	27	28

NOTES

December
2026

Main Focus

To Do

- ○ ______
- ○ ______
- ○ ______
- ○ ______
- ○ ______
- ○ ______
- ○ ______
- ○ ______
- ○ ______
- ○ ______
- ○ ______
- ○ ______

Sunday	Monday	Tuesday
		1
6	7	8
13	14	15
20	21	22
27	28	29

Wednesday	Thursday	Friday	Saturday
2	3	4	5
9	10	11	12
16	17	18	19
23	24	25 Christmas Day	26
30	31 New Year's Eve		

NOTES

NOTES

NOTES

Made in the USA
Monee, IL
22 July 2022

10135077R00077